அரவிஷின் மனதோடு நான்

அரவிஷ்

ISBN 979-888555178-6

எனது வாழ்வின் பல காலங்களிலும், நான் எதிர் நோக்கிய பல சந்தர்ப்பங்களிலும், இன்றும் நான் கடக்கும் ஒவ்வொரு பாதைகளிலும், எனது தைரியமாக, உறுதுணையாக இருக்கும் எந்தன்

குடும்பத்தினருக்கு இதை சமர்ப்பிக்கிறேன்.

பொருளடக்கம்

பொருளடக்கம்

அணிந்துரை

• vii •

இந்தப் புத்தகம் ஒரு கற்பனைக் கதை.

ஆசிரியர் இந்த மேற்கோள்களை உங்கள் மேற்கோள் தளத்தில் எழுதியுள்ளார். இந்த புத்தகத்தில் உள்ள அனைத்து மேற்கோள்களும் தனித்துவமானது. இந்த புத்தகத்தில் கருத்துத் திருட்டு எதுவும் இல்லை.

நூலைப் பற்றி

இந்நூல், ஆசிரியர் பல்வேறு காலங்களில் எழுதிய மேற்கோள்களின் தொகுப்பாகும். ஆசிரியர் இதுவரை தமிழ், ஆங்கிலம் மற்றும் ஹிந்தில் 5000+ மேற்கோள்களை எழுதியுள்ளார். இந்தப் புத்தகத்திற்காக பல்வேறு கருப்பொருளில் சில மேற்கோள்களை ஆசிரியர் தேர்ந்தெடுத்துள்ளார். இந்த புத்தகம் பல அறிவூட்டும் மற்றும் எண்ணங்களைக் தூண்டும். படிக்க வேண்டிய புத்தகம் இது. இந்த புத்தகத்தை தொகுத்ததில் நான் மிகவும் மகிழ்ச்சி அடைகிறேன். இது வாங்குவதற்கு மதிப்புள்ளது என்று எனது வாசகர்கள் அனைவருக்கும் உறுதியளிக்கிறேன். எனது கனவை நனவாக்கிய பதிப்பகத்திற்கு எனது சிறப்பு நன்றி.

ஆசிரியர் குறிப்பு

COVID19 தொற்றுநோய் காரணமாக நூறுக்கணக்கான மக்கள் தங்கள் வீடுகளில் முடங்க வேண்டியிருந்தது. பலர் தங்களின் சுய திறமையை அடையாளம் கண்டு அதை தட்டிக் எழுப்ப ஆரம்பித்-தனர். எழுத்தாளரும் தனது எழுத்துப் பயணத்தைத் தொடங்க 2020 லாக்டவுனைப் பயன்படுத்தினார். "YourQuote" செயலியில் ஆசி-ரியர் மேற்கோள்களை எழுதத் தொடங்கினார். ஆசிரியர் ஆங்கிலம், தமிழ் மற்றும் இந்தி மொழிகளில் எழுதத் தொடங்கினார். ஆசிரியர் தனது எழுத்துக்களைப் பகிர்ந்து கொள்ள சமூக ஊடக தளங்களைப் பயன்படுத்தினார். ஆசிரியர் 25 க்கும் மேற்பட்ட புத்தகங்களில் இணை ஆசிரியராகவும் பங்களித்துள்ளார். மேலும், அனைத்து முக்-கிய தளங்களிலும் அவரது பாட்காஸ்களைக் கேளுங்கள். ஆசி-ரியர் தனது சொந்த யூடியூப் சேனலையும் வைத்திருக்கிறார் — "அரவிஷ் மேற்கோள்கள்".

ஆசிரியரை தொடர

Youtube — Aravish Quotes
 Facebook / Tumblr - aravishquotes
 Instagram / Twitter - aravish17
 Blog - https://aravishquotes.com
 Podcasts —
 Spotify, Apple Podcasts, Google Podcasts, Overcast, Breaker, Castbox, Pocket Casts, Radio Public, Stitcher.

நன்றி

முதலில், என் குடும்பத்திற்கு நன்றி சொல்ல விரும்புகிறேன், அவர்கள் இல்லாமல் இது ஒரு கனவாகவே இருந்திருக்கும். எனது கனவை நனவாக்க அவர்கள் எல்லா வழிகளிலும் எனக்கு ஆதரவளித்தனர்.எனது எழுத்துப் பயணத்தைத் தொடங்க என் வாழ்க்கையில் திருப்புமுனையாக அமைந்த 'Your Quote" மொபைல் செயலிக்கு ஒரு சிறப்பு நன்றி.

நேரடியாகவோ அலல்லது மறைமுகமாகவோ இந்தப் புத்தகத்தை சாத்தியமாக்கிய அனைவருக்கும், குறிப்பாக இந்தப் புத்தகத்தை வெளியிடுவதற்கு ஆதரவளித்த பதிப்பகத்தைச் சேர்ந்த சினேகா அவர்களுக்கு மிக்க நன்றி. எனக்கும் மற்ற வளரும் எழுத்தாளர்களுக்கும் இந்த அருமையான வாய்ப்பை வழங்கிய நூல்ஸ் கம்யூனிடி வெளியீடுகளுக்கு எனது மனமார்ந்த நன்றிகள்.

இந்த புத்தகத்திற்காக வேலை செய்வது பகல் கனவு போல் இருந்தது. ஆனால் வாழ்க்கையின் வெவ்வேறு கண்ணோட்டங்களில் நான் நினைப்பதை எழுதுவதற்கான வாய்ப்பு கிடைத்தது, வாழ்க்கை எனக்குக் கொடுத்த மிகவும் எதிர்பாராத பரிசு.

கடைசியாக, எல்லாம் வல்ல இறைவனுக்கு நன்றி கூறுகிறேன்.

1. பிள்ளையார் துணை

விநாயகனே, என்னை
முன்னின்று வழிநடத்தும்
என் முதல்வனே,
விடைதெரியா தருணங்களில்
இது விடையென என் மனதில்
தோன்றச்செய்யும் வள்ளலே,
சோதனைகள் எது வந்தாலும்
எதிர்நீச்சலிட கற்றுக்கொடுத்த
என் தைரியமே,
என்னுள் நீக்கமற நிறைந்திருக்கும்
உன்னை பணிந்தேன்,
காத்தருள்வாயாக|
காத்தருள்வாயாக|

2. திருச்சிற்றம்பலம்

சிவ சிவ சொல்வோம் சிவனை நினைத்து

சிவ சிவ சொல்ல பாவம் போகும்

சிவ சிவ சொல்ல மனப்பிணி அகலும்

சிவ சிவ சொல்ல செல்வம் பெருகும்

சிவ சிவ சொல்லி சரணடைவோம் சிவனிடம்!

திருச்சிற்றம்பலம்

......

பிறையும் அழகு

அதை சூடிய எம்பிரானும் அழகு

எம்பிரானின் அருட்பார்வையும் அழகு

அவரை துதிக்கும் பாங்கும் அழகு

அழகிற்கே அழகு சேர்த்த திருத்தொண்டர்களும் அழகு

3. கண்ணன் பாட்டு

கண்ணா வா !

கருணை மழை பொழியும் கார்மேகா வா!

மணிவண்ணா வா!

மறுமலர்ச்சி தரும் மகிழ்வே வா!

பாதம் பதிந்து அழைத்தேன்,

பார்த்தசாரதியே வா!

பார் போற்றும் வழிகாட்டியே வா!

.....

பார்க்கும் குழந்தைகள்

அனைத்திலும் நீக்கமற இருக்கும்

எங்கள் பிள்ளை தெய்வமே,

உனை நிதமும் தொழவே,

வரம் தருவாய் மாயோனே!

4. அம்மா

தாய்ப்பாலே அமிர்தம் தன் பிள்ளையின்
பசியை போக்க தன் குருதியையே
பாலாக்கி புகட்டும்
மனித தெய்வமே அம்மா !
.....
தனக்கென வாழாமல்,
தன் இச்சைகளை துறந்து
தன் பிள்ளையையே
தனது உலகாக்கி மகிழும்
தனி பிறவியே தாய்

5. தந்தை

தந்தையின் பேரானந்தம்
தன் சேய்யின் முதல் ஸ்பரிசம்
.....
அப்பாவின் அருமை
அப்பால் தெரியும்
.....
யானை சவாரி
அது தந்தைகள்
முதுகில் சுமக்கும்
அன்பு சவாரி

6. வாழ்க்கை துணை

நிலைகொள்ளா மனதில்
நீங்கா இடம்பிடித்த
மெல்லிசையே;
இன்னலிலும் என்னுடனே
இன்முகத்துடன் பயணம்
செய்யும் இனியவளே,
என் ஆளுமையே,
என்னருகில் நீ இருந்தால்
எனை வெல்ல ஆளேது!

7. தாயின் மறுஉருவம்

மகள்கள் அம்மாக்களுக்கு தோழி,
அப்பாக்களுக்கு அன்னை.
அன்பே அவர்களின் மொழி!
.....
மகள்கள் பொம்மைகளுக்கும்
உயிரூட்டி, பெயர் சூட்டி,
சீராட்டி, தாலாட்டி
வளர்க்கும் தேவதைகள்!
அன்பை மட்டும் பரிமாற
தெரிந்த அன்னைகள்!

8. நட்பே துணை

நட்பின் அடையாளம்
இறுதி வரை உறவு !
.....

நட்பெனப்படுவது ஓடியாடி
விளையாட மட்டும் அல்ல
வாழ்க்கையில் முன்னோக்கி
செல்லும் ஊந்துகோலாகும்
.....

யாருமற்ற தனித்தீவில்
இருப்பதாய் மனம் கலங்கி நிற்கிறது.
என் தோளின் மீது கையொன்று நீள்கிறது,
திரும்பிப்பார்த்தால், நான் இருப்பேன்!
என்று கண்களால் நம்பிக்கை
அளிக்கும் நண்பன்.

9. வாய்ப்பூக்கள்

கோபத்தில் உதிர்த்த வாய்ப்பூக்கள்
மனதை சுட்டெரித்து
தனிமை என்னும் கூண்டில்
தள்ளிவிட்டு போகிறது !

10. வளர்க விவசாயம்!

வானமும் பூமியும்

விவசாயத்தின் இரு கண்கள்.

வானத்தின் கருணை மழையும்

பூமியின் பொறுமையும்

என்றும் துணை நிற்கட்டும்.

வாழ்க விவசாயி!

வளர்க விவசாயம்!

11. காதல் மொழி

நிழல் கூட வெளிச்சம்
இருந்தால் மட்டுமே தெரியும்,
ஆனால், நீயோ இருளிலும்
மின்னும் மின்மினி !
முதலும் நீயே! முடிவும் நீயே!
முகவரியும் நீயே! என்னை
முன்னின்று நடத்துவதும் நீயே !
வெட்கத்தில் சிவந்த வானம்
காரணம், கதிரவனின் கதிர்கள்
வானத்தின் மேனி முழுதும்
ஊடுருவி சென்று நடத்தும்
காதல் நாடகம்!
எழுதுகிறேன் உன்னை
என் இதயத்தின் பிம்பத்தை,
மனதில் பதிந்த உன் நினைவுகளை,
வார்த்தையால் சித்திரமாக தீட்டுகிறேன்!
என்னில் உன்னை கலந்து
உன் நினைவுகளை சுமந்து
முப்பொழுதும் உன் வருகையை
எதிர்பார்த்து நிற்கிறேன்!
மலரை மட்டும் அல்ல,
என் மனதையும் சேர்த்து
தொடுக்கின்றாய்!
உதடுகள் உரசும்போது

இருமனங்களும்
இடம்மாறி தவிக்கின்றன!
உனக்காக என்றால்
சுமையும் ஒரு சுகமே!
இணைந்த கைகள்
இசைக்கும் இன்னிசையில்
இரு இதயங்களும்
இடம் மாறின !
இரு மனங்கள்
இணைந்து இருக்கையில்
அனுதினமும்
திருமன நாள்தான்!
காதல், ஒரு அமுதநஞ்சு!
முட்டாளை புத்திசாலியாக்கும்,
புத்திசாலியை பித்தனாக்கும்,
பித்தனை தெளிவானவனாக்கும்.
அதை, அமுதாக பார்க்கிறாயோ!
இல்லை நஞ்சாக பார்க்கிறாயோ!
முடிவு உன் கையில்!
காற்றில் ஆடும் மலராய்
ஊசலாடுகிறது மனம்.
எனை தாங்கி
பிடிக்க நாயகிதான்
எதிர் வருவாளோ?
கண் அயர்ந்து தூங்கும்
கோதையவள் கனவினிலே
மெல்லிசையும் பூங்காற்றும்
ஒருங்கிணைந்து தாலாட்ட
புன்முறுவல் மேலோங்கி

புது நாணம் கூட சேர்ந்து
வரவேற்றாள் தலைவனையே
எங்கிருந்தோ வந்தவளே
என்னெதிரே நின்றவளே
பூக்களுடன் போட்டிபோட்டு
என் மனதை வென்றவளே
கண்ட உன்னை சேர்ந்திடவே
என்ன நானும் செய்ய வேண்டும்!
என் நட்சத்திரம் எதிர் வருகையில்,
வான் நட்சத்திரங்கள் ஓடி ஒளிகின்றன !
வழிந்தோடும் காதல்
ஆறாக பெருகி
நினை மூழ்கடிக்க
வருகிறது!
ஏறிவிடு என்
இதய தோணியில்
உனை கண்டதும்
என்னில் ஒரு மாற்றம்
சிந்தித்து பார்த்தேன்,
உன் விழிகள் செய்த
மாயம், என் மனதை
கவர்ந்து சென்றது
அவளின் கை வளையல்கள்
மீட்டும் மெல்லிசைக்கு
மத்தளமாக மாறியது
என் இதயத்துடிப்பு
எட்டி பிடிக்க ஆசை
ஏனோ எட்டா உயரத்தில் நீ
ஏணி வேண்டாம் எனக்கு

உன் நுனி கண்டால் போதும்
மேலேறி விடுவேன் நானே
நின் ஒற்றை பார்வை போதும்,
மனம் ததிகினதோம் ஆடும்
என்ன மாயம் செய்ததோ
உன் பூ விரல்கள்
தொட்டவுடன் மெய்மறந்தேன்
கவலை மறந்து போனதே
நீ பார்க்கும் பார்வையில்
ஓராயிரம் அர்த்தங்கள்
புரியாத புதிரானாய்,
புரிந்து கொள்ள முயல்கிறேன்
முழுமதிக்கும் கண்களுண்டோ
என்று தோன்றும் அவளாளே
மின்னலது வானில் இல்லை
மங்கையயவள் கண்ணில் உண்டு
ஆடவரும் அடிமையாவர்
தோகையயவள் பார்த்தாலே
காவியங்கள் ஆயிரம்
காதலும் கொண்டதே
வெற்றியும் தோல்வியும்
மாறி மாறி இங்கு உண்டு.
வென்றவர்களை கொன்றதும்
கொன்றவர்களை வென்றதும்
சரித்திரம் சொல்லுதிங்கு
ஆயினும் காதலை விடுவார்
யாரும் இல்லையிங்கு!
நின் காதலையும்
பருக வேண்டும்

தேநீராக அல்ல
தேனீயாக
மேகங்கள் உரசினால்
இடி முழக்கம்
நம் பார்வைகள் உரசினாலோ
இதயத்தில் துள்ளலிசை
உனை பார்த்த மாத்திரத்தில்
மனம் அது தொலைந்தது
தேடி செல்ல எண்ணினேன்
இருந்த இடம் மறந்தது
என்னருகில் நீ இருந்தால்
என்னை நான் மறந்திடுவேன்,
நான் காணும் உலகெல்லாம்
உனை சுற்றியே நிற்குதடி !
உன் விழிகள் பாய்ச்சும் மின்சாரத்தில்,
கற்சிலையாய் நிற்கிறேன்
பக்கம் தான் வருவாயோ,
எனை உயிர்ப்பித்து செல்வாயோ!
காய்ந்த சருகுகள் கூட
உயிர் பெற்றிடும்
உன் ஒற்றை பார்வைக்கு
என்னை தந்து
உன்னை சேர்ந்தேன்
உயிருள்ளவரை
இனி நீ மட்டுமே!
எட்ட நிற்கிறேன்
எட்டி எட்டி பார்க்கிறாய்,
ஒளித்து வைத்தது உண்மைதான்,
அனால், அது உன் மீதான காதல்

என்று எப்படி சொல்ல!
கண்களால் என்னை
கொள்ளை கொண்டாய்
குருடனாய் நிற்கிறேன்
வழி தெரியாமல்
என்னருகில் நீ இருந்தால்
வாசமில்லா மலரும் மணக்குமடி,
உன் ஸ்பரிசத்தில் எனை மறந்து
இன்பம் இது என உணர்ந்தேன்.
உன் வரவை நோக்கி
காத்திருக்கும் தருணம்
அது, பல யுகங்களை
ஒரே நாளில் கடந்த
அனுபவம்!

12. மாற்றம் ஒன்றே மாறாதது

மாற்றம் வேண்டும் என்பவர்களுக்கு
மாயை கைகளில் இல்லை,
அது, உங்கள் மனதில் உள்ளது.
அகத்திரையை விலக்கினால்,
அகிலம் உங்கள் கைசேரும்
.....
விழிகளில் நிராசையும்
மனதினில் ஆயிரம் கேள்விகளும்
ஏமாற்றிய எதிர்பார்ப்புகளும்
ஏங்கித்தவித்த வாய்ப்புகளும்
என்று தான் கைகூடுமோ?
மாற்றம் தான் வந்து சேருமோ?

13. ஊடல் கொள்

உன் குறும்பு பார்வையும்
வசீகரிக்கும் புன்சிரிப்பும்
நிற்கும் தோரணையும்
கோடிட்டு காட்டுகிறது
நான் தவறு செய்ததை!
.....
உடைந்து போகிறேன்
உன் கூரிய
விழிகளால் அல்ல
பெண்ணே,
உன் இதயத்திலிருந்து
வரும் சொல்லால்
.....
தொட்டு விடும் தூரத்தில் நீ
ஏனோ தள்ளி தள்ளி செல்கிறாய்
பக்கம் வர வெட்கமா இல்லை
விட்டுச்செல்ல எண்ணமா

14. நினைவால் அணைக்கிறேன்

உன்னுடன் இருக்கும்போது
இப்புவனமும் பெரிதல்ல
உன்னுடனான நினைவுகள்
மட்டுமே போதும்
.....
நினைவுகள் பின்தொடருதே
நிஜங்களும் உள் மறையுதே
நினை மறக்க வாய்ப்பில்லை
நினைவுகளோடே வாழ்கிறேன்
.....
மெல்ல மெல்ல நான் அறியாமல்
என்னுள்ளே புதைந்த
நின் ஞாபகங்களை
எண்ணி எண்ணி
அசை போடுகிறேன்
மறக்க முடியவில்லை
மறைக்கவும் தெரியவில்லை
உன்னை மறக்க எண்ணி
யோசிக்க ஆரம்பித்தேன்,
ஆனால், உன் நினைவுகளில்
மூழ்கினேன், எனை மறந்து !

15. இயற்கை

மஞ்சளும் சிவப்பும்
இயற்கையின் அடையாளம்
அது மங்களத்தின் நிறம்
என்றுமே மங்காத நிறம்
. . . . .
உதிர்ந்து மறைந்தாலும்
உன் அடையாளங்களை
விட்டுச் செல்கிறாய் !
. . . . .
கதிரவன் விடைபெற்று கொள்ள,
வானமோ நாணத்தால் சிவந்து,
தன் நாயகனுக்கு பிரியாவிடை தருகிறது
இயற்கையின் மடியில்
இளைபாற அமர்கிறேன்
இளந்தென்றல் வீசி
எனை மறக்க செய்கிறது
என் தனிமை இனிமையான
தருணத்தில் இயற்கையும்
என்னுடன் உறவாடுகிறது

16. நம்பிக்கைகொள்

ஒவ்வொரு விடியலும் புதிது
நம்பிக்கைகொள் மனமே !
முயன்றால் இவ்வுலகமே
உன் காலடியில் !
......

இன்றைய அனுபவம்தான்
நாளைய பொழுதின் அஸ்திவாரம்;
உங்கள் அனுபவங்களை சேகரித்து
வைத்து கொள்ளுங்கள்!
எதிர்பார்த்து செல்கையில்
ஏக்கங்கள் அதிகம்.
நினைத்தது நிறைவேறினால்
இன்பமே, இல்லாவிடில்
மனமே, நீ துவண்டு போகாதே!
......

உனக்கு சொந்தமான ஒன்று
எந்த சூழ்நிலையிலும்
உனை வந்து சேரும்
நம்பிக்கை கொள்!
......

அச்சாணி இல்லாத மாட்டுவண்டி
நம்பிக்கை இல்லாத
புது முயற்சி
இரண்டும் முழுமை

அடைவது இல்லை

.....

வாழ்க்கையில்
முன்னேறி செல்ல
முயற்சியுடன்
சுயநம்பிக்கை
அவசியம்

.....

எண்ணங்கள் தெளிவாய் இருப்பின்
தடுமாற்றமே தேவையிராது,
தடங்கல்களும் நமை நெருங்காது!

.....

உன்னால் முடியும் என்று நம்பு
தன்னால் நடக்கும் அன்று

.....

கவலையில் பூத்த புன்னகை
விரக்தியின் ஒரு முகம்
விடாமுயற்சியுடன்
முனைந்தால்
கவலை தீர்ந்திடும்
விரைவில்

17. காதல் வலி

உடைந்த இருமனம்
எதிர்பார்ப்புகளின் ஏமாற்றம்
மனமே, நீ பழகிக்கொள்,
யாரையும் சார்ந்து
நீ இயங்காதே!
.....
சொல்ல மறந்த காதல்
பூக்க மறந்த மொட்டு!
.....
கொலுசுகளுக்கும் உயிரூட்டி
விளையாடும் நீ, ஏனோ
உன் உயிராக துடிக்கும்
என்னை மட்டும் வதைக்கிறாய்

18. காலக்கண்ணாடி

பழைய ஏடுகளைப் புரட்டினால்
நாம் அறிந்திராத
பல பொக்கிஷங்களை
நமக்கு காட்டும்
காலக்கண்ணாடி கிடைக்கும்

19. தூது செல்

தூது செல் என் புறாவே
தோழியை நீ கண்டதும்;
என் சேதி சொல் வெண்புறாவே
மங்கையவள் மனமறிந்து;
ஓடிவா மணிப்புறாவே!

20. புரிதல் இல்லையேல் பிரிதல்

இது போன்ற ஒற்றுமையை
நல்ல புரிதலின்றி சாத்தியமில்லை!
புரிதல் அமைய இரு மனங்களின்
ஒருமித்த கருத்து மிக அவசியம்!
.....
சாரளத்தின் வழியே
கண்கள் தேடுகிறது
நீ போன பாதையை,
ஏனோ மனம் மட்டும்
கெஞ்சுகிறது திரும்பி
வந்துவிடுவென்று
.....
புரிதல் உள்ள இடத்தில்
விரிசலுக்கு இடமில்லை
இருமனங்கள் ஒன்றானால்
எந்நாளும் நன்னாலே

21. கனவே கலையாதே

பல நேரங்களில்,

நாம் கனவுகளை

பூட்டி வைத்துக்கொள்ள

மட்டுமே பழகிவிட்டோம்

.....

கனவைத் தேடி

நினைவை மறந்து

தொலைந்து நிற்கிறேன்.

வழிகாட்டுவார் யாரோ!

.....

கண்ணாடி கனவுகள்

பார்க்க பார்க்க

ஆவல் தூண்டும்

பகல் கனவுகள்!

22. மனமே வசப்படு

மனம் மற்றும் புத்தி,
இரண்டையும் ஒருசேர சமாளிப்பது,
சாமான்யன் கயிற்றின்
மீது நடப்பது போன்று!
.....

நிலைக்கடல் ஒன்றில்
சலனமில்லாத மரக்கலம்
போன்று கடினமான
சுழலிலும் சஞ்சலமில்லாத
மனம் வேண்டும்!
.....

முடியாதென்று எதுவுமில்லை
மனமே நீ புரிந்துகொள்
முயல்பவனுக்கு மூவுலகும்
துணை நிற்கும்
.....

மௌனத்தின்மொழியால்
மனதை வெல்லலாம்
மனமாயயை விரட்டலாம்
.....

தெளிவடையா உள்ளம்
ஒரு கலங்கலான ஓடம்.
அது, தன்னை மட்டும் அல்ல
தன் சுற்றத்தையும்

மாசுப்படுத்தும் !

.....

கைத்தொடும் தூரம் அகிலம்
மனமே! நீ வசப்பட்டால்!

23. நல்ல துணை வேண்டும்

துணை என்பது

நம் கூடவே தொடரும்

தைரியம் மற்றும்

நம்பிக்கை!

24. மழலையாய் இரு

மழலையின் ஏக்கம்
ஆசைப்பட்டது கிடைக்கும் வரை
.....
குட்டி தேவதைகளின்
பேரன்பில் நாமென்ன
அந்த ஆண்டவனும்
அடிமையே!
.....
சுட்டிகளின் குளியல்,
அது ஒரு சந்தோஷமான
போராட்டம்!

25. ஊமையாய் இராதே

வார்த்தைகள் ஊமையானால்
மனிதர்களும் மறக்கடிக்க படுகிறார்கள்

26. எச்சரிக்கை தேவை

பல தருணங்களில்
நிழலை நிஜமாக
நம்பும் மனிதர்கள்,
நிஜத்தை
இழந்து நிற்கிறார்கள்!

27. கலை எங்கள் களை

அசைவுகளின்ஓசையிலே
காண்பவரை கவர்ந்திழுக்கும்
மாயம்தான் நாட்டியமோ !
.....
இசை ஓர் அற்புதம்
அனுபவிக்க தெர்ந்தவர்களுக்கு
இசை ஓர் அனுபந்தம்
அதனுடன் உறவாடுபவர்களுக்கு!

28. இளைப்பாறும் நேரம்

சூரியனின் இளங்கதிர் மேனியை
வருடிக்கொண்டிருக்க,
வீட்டின் வளர்ப்புக்காவலன்
தட்டி எழுப்ப,
தூக்கம் கலைந்தும்,
மீண்டும் தூங்க எத்தனிக்கும்
ஞாயிறுக்கிழமை
.....
வேலை நேரத்தில்
ஓய்விற்கு ஏங்கும் மனம்,
விடுமுறையில் ஏனோ
ஓய்வின்றி உழைக்கிறது !

29. அழகே உன்னை ஆராதிக்கிறேன்

உன் கண்களுக்கு உள்ள வசீகரம்

எந்த மலருக்கும் இல்லை!

மலர்கள் உன்னை கண்டால்

தன்னை மறந்து இதழ் குவிக்கும்!

.....

மயக்கும் கண்களும்

வில்லென வளைந்த

நின் புருவங்களும்

அம்பென எய்தும்

மோகன பார்வையும்

கண்டதும் சரணடைய

சொல்லும் நின் வசீகரமும்

கண்டவரையும் கவிஞராக்கும்

கண் எதிரில் நிற்பவரை பித்தனாக்கும்!

.....

மங்கையவள் பொன் முகமும்

மாய மோக வேல் விழியும்,

நாணி குனிந்த புன் சிரிப்பும்

மன்மதனும் சொக்கி போவான்

நாம் மட்டும் எம்மாத்திரம் !

.....

உனது ஊடுருவும் பார்வையில்

தப்பிப்பார் யவருமில்லை

பலமென்று சொல்வதா!
பகையென்று சொல்வதா!
.....
மங்கையவள் பேரழகை
சொல்ல மொழி தேவையில்லை
கண்களும் கண்டவுடன்
களவுபோய் தேடினேனோ...

30. தனித்திரு

தனித்து பயணிக்கிறேன்,
தனிமை இனிமை என்பதனால் அல்ல,
தனிமை ஒரு தவம் என்பதனால்
.....
உன்னை அடையாள
படுத்துவது உனது
தனித்திறமை மட்டுமே.
அதுவே, உனது
வெற்றியின் திறவுகோல்!
.....
புரியாதவர்களுக்கு
தனிமை ஒரு சாபம்
புரிந்தவர்களுக்கு
தனிமை ஒரு வரமாகும்!

31. பிள்ளை கிருமி

தன் பிள்ளைகளை பற்றி மட்டுமே
எண்ணி கற்பக விருக்ஷமாய்
பல பெற்றோர்கள் வாழ்கின்றனர்.
அவர்கள், மூப்பெய்தி காய்ந்த
இலைகளாய் உதிரும் தருவாயில்,
ஏனோ, அவர்கள் எதிர்பார்க்கும்
அன்பை மட்டும் ஒருசிலர் தர மறுக்கின்றனர்.

32. கயவர் கூட்டம்

வாழ்க்கையின் ஓட்டத்தில்
பல ஓநாய்களும் நரிகளும்
உன்னை விழுங்க காத்துக்கிடக்கின்றன.
எச்சரிக்கை தேவை!

.....

அக்கினி பிழம்பே!
ஏன் இன்னும் மௌனம்!
வக்கிரங்களை மேதினியில் விதைத்து,
நிதமும் பல உயிர்களை
இம்சித்து கொன்று குவிக்கும்
கயவர்களை மட்டும்
ஏன் பொசுக்க மறுக்கிறாய்?

.....

வஞ்சகர்களின் உலகமா இது
ஆம், பஞ்சமாபாதகங்கள்
செய்தாலும், சட்டத்தின்
ஓட்டைகளில், குதித்து
ஓடும் ஓநாய்கள் கூட்டம்
நிறைந்த உலகம்

33. பட்டாம் பூச்சி ரே ரே

பட்டாம் பூச்சிகள்

பல வண்ணங்களை

தன் மேனி முழுவதும்

தாங்கி செல்லும்

பிரம்மதேவனின்

அழகோவியங்கள்

.....

பட்டாம் பூச்சியே!

எங்கு சென்றாயோ?

கொரானாவிற்கு அஞ்சி

கானகம் புகுந்தாயோ?

இல்லை, வெறும் ஆடம்பர

செடிகளை தேடி வளர்க்கும்

நகரங்கள் பிடிக்காமல்

ஊர் ஊராய் சுற்றுகிறாயோ!

உனை கானாத காலை

பெருங் குறையாய் தெரிகிறதே

34. அன்பே தெய்வீகம்

அன்பு தெய்வீகமானது,
அதனாலேயே அதற்கு
பாஷையில்லை.
பரிபாஷை மட்டுமே
போதுமானது!
.....
நிலைமாறும் உலகு
நிதமும் இதை நீ நம்பு
நிலையில்லா வாழ்வினிலே
நிலைத்திருக்க ஓர் வழியே
அன்பெனும் அவ்வழியே
அனைவரையும் சேர்த்துக்கொள்!

35. ஏணி படிகள்

ஏறி வந்த
ஏணிப்படிகளை
எண்ணிமுடிக்க,
ஒரு யுகம் போதாது!
வணக்கங்கள் பல
கூறி அவர்கள் பாதம்
சேர்க்கிறேன் !
......
எதிர்பார்ப்புகள் எகிறும் போது
ஏணிகள் அல்ல
எலிகாப்டர்கள் தேவை...

36. காத்திருப்பு

காத்திருக்கிறேன் உனை காண!
என் நெஞ்சில் உனை சுமந்து
உன் வருகையை எதிர்நோக்கி
எனக்கான உன் நேரத்தை
என்னுடனே பகிர்ந்து கொள்ள
ஏங்கி நின்று காத்திருக்கிறேன்!
ஏமாற்றம் வேண்டாம் என்னவளே!
. . . . .

உள்ளத்தில் உனை தாங்கி
உனக்காக காத்திருக்கிறேன்,
உன் கடைகண் எனை சேர!
. . . . .

காத்திருக்கிறேன் கனவுகளோடு
வாய்ப்புகள் வாயில் சேருமோ?

37. எண்ணங்களின் மோதல்

அலைமோதும் எண்ணங்களும்
இடைமறிக்கும் ஐயங்களும்
எனை நெருக்க
வழி மறந்து தவிக்கிறேன்,
துணை வருவார் எவரோ?
.....
உன் மனதை
பூந்தோட்டமாக்குவது
உன்னுடைய
நல்லெண்ணங்களினால்
மட்டுமே சாத்தியம்

38. பாடும் நிலா பாலு

வாடிய மலர்களாய், நின் பிரிவினால்,
வாடி நிற்கிறோம்!
அனைவரையும் அரவணைத்து
கொண்ட உனக்கு, காலனை மட்டும் ஒதுக்கி
வைக்க தெரியவில்லையே!
.....
அரைநூற்றாண்டு இசை சாம்ராஜ்யம் நடத்தி
அகில உலகத்தையும் உன் காந்த குரலுக்கு
கட்டி வைத்த பாட்டுத் தலைவன்
பாடும் நிலா பாலு,
நின் பாடல்கள் இல்லா நிகழ்வேது!
எங்களுள் உன்னை கலந்து என்றும்
ஆனாய் சஞ்சீவி!

39. எனக்கு பிடித்தவை

நான் ருசித்த முதல் சோளம்,

நெஞ்சினில் நிறைந்த அனுபவம்

அம்மாவின் அரவனைப்பில்

கதைபேசி ஊட்டிய நினைவுகள்

என்றுமே ஒரு சுகம்தான்

.....

முழுமதியின் வெளிச்சத்தில்

குளிர் தென்றல் உடல் வருட

80களின் பாடல்கள் இசைக்க

தனிமையில் ஒரு வரம்

இரவினில் புது சுகம்

.....

அன்பும் பண்பும்

நிறைந்தவரிடம்

சகல ஜீவராசிகளும்

சரணடைகின்றன...

40. தீபத்திருநாளாம் தீபாவளி

இல்லந்தோறும் இன்முகத்துடன்

ஒருவரையொருவர் உபசரித்து

அன்பை பரிமாறி

பண்பை நிலைநிறுத்தி

பெருமகிழ்ச்சி பொங்கட்டும்

வாழ்வினிலே புது ஒளி பரவட்டும்

.....

வாழ்வினில் புது ஒளி பரவி

தன்னம்பிக்கை சுடர்விட்டு எரியட்டும்.

மனதினில் மகிழ்ச்சி பொங்கி

புது முயற்சிகள் தொடங்கட்டும்

எல்லோரும் எல்லாம் பெற்று

இன்புற்று வாழ வாழ்த்துக்கள்

41. புது ஆண்டு மலரட்டும்

புது முயற்சிகள் துவங்கட்டும்

மன மகிழ்ச்சி பெருகட்டும்

சுற்றமும் நட்பும் இன்புறட்டும்

புத்தாண்டு இனிதே

பிறக்கட்டும்

.....

புது ஆண்டு மலரட்டும்

புத்துணர்ச்சி பெருகட்டும்

புது முயற்சி கூடட்டும்

பல வெற்றிகள் சேரட்டும்

புகழ் திக்கெங்கும் பரவட்டும்...

42. திகட்டாத பொங்கல்

திత்திக்கும் பொங்கல்
அது திகட்டாத பொங்கல்
எட்டு திக்கும் சொல்லும்
ஏற்றமிகு பொங்கல்